சனாதன தர்மம்

அ.பரிவழகன்

தர்ம வழியில் வாழும் எளிய மனிதர்களுக்கு

பொருளடக்கம்

அணிந்துரை   vii

முன்னுரை   ix

நன்றி   xi

1. பாரத மாதா   1

2. வசுதைவ குடும்பகம்   4

3. இயற்கை வழிபாடு, போர்   6

4. அன்னியர் ஆட்சியில் உருவான பெண் அடிமைத்தனம்   9

5. பாரதத்தின் சாதிய முறை   14

அரவனைக்கும் தர்மம்

6. இந்து தர்மம்: தமிழ் மொழியும் எளிய மனிதர்களும்   21

7. "ஸ்ரீ மத் பகவத்கீதை" நம்முடைய புனித நூல்   24

8. குடும்பம் எனும் வழிகாட்டும் பல்கலைக்கழகம்   28

9. ஆங்கிலேயர்களால் "முன்னேற்றம்" என்ற ஏமாற்று வேலை   31

10. பாரத நாடு, பழம் பெரும் நாடு   35

அணிந்துரை

"ஆன்மீக ஒளியே உலகிற்கு இந்தியாவின் நன்கொடை
..."
- சுவாமி விவேகானந்தர்

முன்னுரை

'சனாதன தர்மம்' பற்றிய ஆழமான கருத்துக்களை, எளி-மையாக வழங்குகிறது இப்புத்தகம். நம் பாரத நாட்டின் பழமையான ஆன்மிக வளங்களையும், பண்பாட்டுப் பெரு-மைகளையும் பார் போற்றும் விதமாக சுவையான கட்டுரை-களாக தொகுக்கப்பட்டுள்ளன.

எல்லோருக்குமான எல்லோரையும் உள்ளடக்கிய உன்னத தர்மத்தை உலகோர் அறிந்துகொள்ளும் நோக்கில் படைக்கப்பட்டுள்ளது.

எல்லையற்ற பாரதத்தின் ஞான வளங்களைப் பற்றி அறிந்து கொள்வோம் வாருங்கள்.

– அ.பரிவழகன்

நன்றி

படைத்தவருகும், பெற்றோருக்கும்
துணைநிற்போருக்கும்

1

பாரத மாதா

பாரத மாதா - இவள் என்று தோன்றினாள் ? இவளின் தொடக்கம் எது ?

இவளின் காலம் எவ்வளவு ?,இவளின் நாகரிகம் என்று தொடங்கி-யது ? இவளின் பயணத்தின் ஆதி எது ? இப்படி பல கேள்விகளுக்குப் பதில் காண்பது கடினம். ஆனால் ஒன்றுமட்டும் உண்மை இவள் தன்-னகத்தே பல ஞான பொக்கிஷங்களை, நாகரிக வளங்களை, பண்பட்ட சமூகத்தைக் கொண்டவள்.

இவளுக்குப் பல மொழிகள்; பல வழிபாட்டு முறைகள் ; பல சடங்குகள் எனப் பல விதமான சமுதாயக் கூறுகளைக் கொண்டவள். எத்தனையோ வேறுபாடுகள் இருந்தாலும் ; எத்தனையோ பிரிவுகள் இருந்தாலும், அத்தனையும் இணையும் ஒரு தேசிய நீரோட்டம் பல காலமாகவே இந்த பாரத தேசத்தில் இன்றுவரை உயர்ப்புடன் இருந்து வருகிறது, இன்னமும் பல நூறு ஆண்டுகள் இருக்கும் . அந்தத் தெளிந்த புனித நதி போல ஓடும் தேசிய நீரோட்டம் இந்த நாடு முழு-மைக்கும் சென்று சேர்ந்துள்ளது. அதை "சனாதன தர்மம்" என்கிறோம் !

உறுதியான எந்த கோட்பாடுகளும் யார் மீதும் இங்கு திணிக்கப்படு-வதில்லை, அவரவர் தங்களின் விருப்பதிற்கேற்ப எந்த வழியையும், எந்-தக் கடவுளையும் பின்பற்றலாம். இங்கு கடவுளை அடைய பல வழிகள் உண்டு ! தினம் தோறும் புதுப் புது வழிகள் உருவாகின்றன, ஒரு இந்து-விற்கு பல கோடி தெய்வங்கள் உண்டு; வாய்புகள் அவனிடம்/அவளிடம்

தரப்பட்டு விட்டது அவன் எந்த தெய்வத்தை வேண்டுமானாலும் வழிப-டலாம், எப்படி வேண்டுமானாலும் வழிபடலாம்.

பிரதானமாக ஆறு வழிமுறைகள்

1. காணபத்யம் (விநாயகர் வழிபாடு)

2. சைவம் (சிவன் வழிபாடு);

3. வைணவம் (திருமால் வழிபாடு);

4. சாக்தம் (சக்தி வழிபாடு);

5. கௌமாரம் (முருகன் வழிபாடு);

6. சௌரம் (சூரிய வழிபாடு).

இந்த ஆறு முக்கிய வழிபாட்டு முறைகளும், இன்னும் பற்பல சிறு, சிறு வழிபாட்டு முறைகளும், முக்கியமாக இயற்கை வழிபாடும், உருவ வழிபாடும், ஒன்றிணைந்ததே "சனாதன தர்மம்", இது ஒரு வாழ்வியல் முறை, வழிபாட்டியல் நெறி, இது ஒரு தர்மம் ! மதம் என்ற வார்த்தை நமக்குப் பொருந்தாது, நம்மை பொருத்தவரையில் இது "இந்து தர்மம்". உலக நடைமுறைக்காக இந்து மதம் என்று கூறுகிறோம். சரியான உச்-சரிப்பு "இந்து சமயம்" அல்லது "இந்து தர்மம்".

எண்ணற்ற வழிமுறைகள் ஆகையால் எண்ணற்ற தெய்வங்கள் ! ஆண்,பெண்,விலங்கு,பறவை என எத்தனையோ விதமான தெய்வங்கள், இந்த நடைமுறை ஒரு இந்துவிற்கு தான் பார்க்கும் அத்தனையையும் தெய்வமாக எண்ண வைக்கிறது. இந்த கலாச்சாரத்தில் பிறந்த ஒரு மனிதனுக்கு காற்று,நீர்,வானம்,நெருப்பு,நிலம் என அனைத்தும் தெய்வ-மாகவேத் தெரிகிறது.

கல்,மண்,மரம்,விலங்கு என அனைத்துமே தெய்வீகத்தின் இருப்பிட-மாகத் தெரிகிறது, ஆகா சக மனிதனும் தெய்வீகம் குடி கொண்டுள்ள கோவில் !

ஒவ்வொரு மனிதனையும் "நான் கடவுள் - என்னுள் இறைவன் இருக்கிறார்" என்று சொல்லவைத்த தத்துவம் "சனாதன தர்மம்", "தன்-னையும் தெய்வமாக ; மற்றவரையும் தெய்வமாக" பார்க்க வைக்கும் ஒரு பக்குவத்தை இது தருகிறது.

எல்லாவற்றையும் ஏற்றுக் கொள்ளும் ஒரு விரிந்த இதயத்தை; ஓர் உயர்ந்த ஞானத்தை நமக்கு வழங்குகிறது, இது "பாவம்" என்று தீயன-வற்றை நிராகரிக்கிறது, "புண்ணியம்" என்று நல்லனவற்றை "அரவ-ணைக்கிறது".

தாயைப் போற்றுகிறது;

தாய்நாட்டைப் பாதுகாக்கிறது ;

அன்போடு அனைவரையும் அரவணைக்கிறது;

பண்போடு பக்குவப்படுத்துகிறது;

"எல்லையற்ற ஞானத்தை எல்லோருக்கும் வாரி வழங்குகிறது".

2

வசுதைவ குடும்பகம்

"வசுதைவ குடும்பகம்"- Vasudhaiva Kutumbakam (உலகே ஒரு குடும்பம்)

இதைச் செய் ; இதுதான் சரி ; இது மட்டுமே உண்மை; இவரே கடவுள் ; இது ஒன்றே வழி; என்று யாரையும் வற்புறுத்தியது இல்லை நம் சனாதன தர்மம். உன்னுடைய விருப்பத்திற்கே அனைத்தையும் விட்டு விடுகிறது. நீயே உன் இஷ்ட தெய்வத்தை ; நீயே உன் விருப்ப- மான வழிபாட்டு முறையை தேர்வு செய்து கொள் என்கிறது.

எந்த ஒரு அதிகார பீடமோ ; ஒரு குடையின் கீழ் அனைவரும் வர வேண்டும் என்ற கட்டளையோ இங்கு கிடையாது , உன் விருப்பத்- திற்கு எத்தனை கடவுளை வேண்டுமானாலும் வணங்கலாம். பரந்து பட்ட விருப்பத்தேர்வை இது தருகிறது. ஞான நூல்களுக்கோ; உடல்-ஆன்மா சார்ந்த விளக்கங்களுக்கோ; உயரிய கோட்பாடுகளுக்கோ இங்கு பஞ்ச- மேயில்லை.

வேதங்கள் ; வேதாந்தங்கள்; இதிகாசங்கள் ; புராணங்கள்; புனிதர்- களின் வாழ்க்கை முறைகள்; தெய்வீக மனிதர்களின் - மனித தெய்- வங்களின் உயரிய வாழ்வியல் தத்துவங்கள்;கலாச்சார வலிமை ; பண்- பாட்டுச்செழுமை ; பெண்மையின் பெருமை; நாகரிகத்தின் வல்லமை ; அறிவியலின் அரசாட்சி ; கணிதவியலின் கட்டுமானம் ; மன்னர்களின் மான்பு ; மக்களின் பண்பு ; அரசியலில் நேர்மை என எத்தனையோ எண்ணிலடங்காத வல்லமை பெற்றும் தன் கலாச்சாரத்தை ; தன் தர்- மத்தைப் பரப்புவதற்காக பிற தேசங்களை ; மற்ற நாடுகளை "ஆக்கி-

ரமிக்காத, கைப்பற்றாத உயரிய ; புனித ஆன்மா நம் பாரதத் தாய் !"
நாம் இதுவரையில் மதத்திற்காக ; பணத்திற்காக ; அதிகாரத்திற்காக ;
நிலத்திற்காக எந்த நாட்டையும் ஆக்கிரமித்தது கிடையாது.

இந்த தேசத்தின் அடி நாதமாக விளங்குவது "ஆன்மீக வாழ்வே"
; ஆன்மீகம் தான் மக்களை ஒன்றிணைக்கிறது, சனாதன தர்மத்தை
புறக்கணித்து விட்டு இங்கு எதையும் செய்ய முடியாது என்கிறார்
சுவாமி விவேகானந்தர். இந்த அற்புத தர்மமானது நமக்கு மிகப்
பரந்த மனப்பான்மையை வழங்கி இருக்கிறது; அனைத்து மதங்களையும்
; அனைத்து விதமான வழிபாட்டு முறைகளையும் அரவணைத்துக்
கொள்ளும் ஓர் உயரிய நேர்மறையான பலத்தை நமக்கு அளிக்கிறது.
எனவே தான் நாம்

"வசுதைவ குடும்பகம்" (உலகே ஒரு குடும்பம்)- (மகோ உபநிடதம்)
Mahopanishad VI.71-73;

"யாதும் ஊரே யாவரும் கேளீர்-கனியன் பூங்குன்றனார்";

"ஒன்றே குலம்; ஒருவனே தேவன்-திருமூலர்"

"உலகம் யாவையும் தாமுளவாக்களும்-கம்பர்"

"யான் பெற்ற இன்பம் பெருக இவ்வையகம்" என்றோம்

தான் செய்யும் ஒவ்வொரு செயலிலும் ; தொழிலும் ; கடவுளை
இணைத்து ,தெய்வீகத்தைத் துணைக்கு அழைத்துச் செயல் செய்யும்
கலாச்சாரம் நம்முடையது. புதியதாக வாங்கிய கணிணியையோ ;
வாகனத்தையோ தொட்டு வணங்கும் பழக்கம் நம்முடையது. இது மூட
நம்பிக்கையயல்ல, நமக்கு உதவும் பொருட்களுக்கு நாம் தரும் மரியாதை.
ஆயுத பூஜையின் நோக்கம், நமக்குப் பயன்படும் அனைத்துப் பொருட்-
களையும் மதிப்பது; வணங்குவது !

"உயிரினங்களை மட்டுமல்ல ; உயிரற்ற பொருட்களையும் மதிக்கும்
கலாச்சாரம் இது"

மாத,பிதா,குரு,தெய்வம் என்ற முறையில் வந்து அனைத்தையும்
வணங்கும் நாடு இது; அனைவரையும் நேசிக்கவும் ; அரவணைக்கவும்
இங்கு எந்தத் தடையும் இல்லை. இங்கு உள்ள ஏற்றத்தாழ்வுகளுக்கு
மனிதர்கள் தான் காரணமே தவிர ; இந்த கலாச்சரம் அல்ல ! புனித-
மான ஜீவா நதி நம் சனாதன தர்மம் !

3

இயற்கை வழிபாடு, போர்

இயற்கை வழிபாடு, போர் — Nature Worship and War

இந்து மதத்தை யாரோ ஒரு தனி நபரோ, ஒரு குழுவோ, உரு-வாக்கிய மாதிரி செய்திகள் கிடையாது, யார் இதை தோற்றுவித்தது என்பதை கண்டரிய முடியாது.

தோற்றம் கண்டரிய முடியாது வரலாறும் தோற்றுப் போகும் நெறி இந்து சமய நெறி !

உலக நாகரிகங்களுக்கு மதம் என்ற முறை தோன்றியது இயற்-கையின் வழியாக, மனிதன் எதை எதை எல்லாம் கண்டு பயம் கொண்டானோ, எவையெல்லாம் அவனைப் பாதித்ததோ; எவையெல்-லாம் அவனுக்கு உதவியதோ ; தேவையாக இருந்ததோ அவற்றை-யெல்லாம், பயத்தோடும் ; பணிவோடும் ; வணங்கத் தொடங்கினான். உலகில் தோன்றிய பல தொன்மையான நாகரிகங்களை எடுத்துப் பார்த்-தால் அவையெல்லாம் இயற்கை வழிபாட்டு முறையைப் பிரதானமாகக் கொண்டவை. அது கிரேக்க, ரோம, பாரசீக ; சீன என எந்த நாகரிக-மாக இருந்தாலும் சரி. உலகில் இன்னும் பல பெயர் தெரியாத தொன்-மையான நாகரிகங்கள் உள்ளன. ஆனால் இயற்கை வழிபாட்டு முறை-யோடு தோன்றிய பல தொன்மையான நாகரிகங்கள் இன்று வழக்கில் இல்லை, இயற்கையை வணங்கும் பாங்கு இன்று மறைந்து விட்டது.

மேற்கூறிய நாகரிகங்கள் தங்களின் புராதணமான இயற்கை வழி-பாட்டு முறையை ஒரு மேம்பட்ட சமய நெறியாக வளர்க்க, மாற்ற முடி-யாமல் தவறிவிட்டதால் அந்த நாகரிகங்களால் உலகில் தொடர முடிய-வில்லை. அங்கு வாழ்ந்த மனிதர்கள், அறிஞர்கள் தங்களின் வழிபாட்டு முறையை அடுத்த உயரிய நிலைக்கு கொண்டு செல்ல முடியாததற்குப் பல போர்கள் , படையெடுப்புகள் காரணமாக இருந்திருக்கலாம்.

நம் பழம் பெரும் பாரதத் திருநாடானது தன்னில் வளர்ந்த இயற்கை முறையான வழிபாட்டைப் பேணிப் பாதுகாத்து, மிக உயர்ந்த நிலைக்கு, ஒரு ஞானப் பெட்டகமாக, உயரிய சமய நெறியாக உருமாற்றி இருக்கி-றது. இந்த உயரிய தர்மத்தை தொடர்ந்து வளர்த்துப் பாதுகாத்து நமக்கு வழங்கியவர்கள் எண்ணற்றோர்.

தெய்வமே மனிதனாக வந்து வளர்த்த ...

மனிதனே புனிதனாக உயர்ந்து வளர்த்த ...

கோடான கோடி ரிஷிகள் தோன்றி வளர்த்த ...

மன்னர்கள் மானத்தோடு வளர்த்த ...

எளிய மக்கள் இனிமையோடு வளர்த்த ...

பாரத குடும்பங்கள் பக்தியோடு வளர்த்த ...

கலாச்சாரம் நம் பாரத ஹிந்து சனாதன கலாச்சாரம் !

இது யாரையும் வற்புறுத்தியோ ; பயத்தைத்தூண்டியோ ; அல்லது போர்கள் ; சண்டைகள் ; சச்சரவுகள் மூலமோ வளர்ந்த கலாச்சாரம் அல்ல. இது முழுவதும் அன்பு மயமான ; பண்பு மயமான ; சமூக நன்மையை போதிக்கும் ; தன்னுடைய சுய தர்மத்தையும் ; சமூக தர்-மத்தையும் வளர்த்தெடுக்கும் ஒரு பட்டறையாகவே இருக்கிறது. இங்கு பிறக்கும் ஒவ்வொரு மனிதனும் சமூகத்திற்குக் கட்டுப் பட்டவனாகவே இருக்கிறான்.

"இங்கு தனியாக எந்த ஒரு மனிதனும் பிறப்பதில்லை; அவன் பிறக்-கும் பொழுதே சமூகமாகவே பிறக்கிறான்" என்கிறார் சுவாமி விவேகா-னந்தர். இப்படி இங்கு தனி மனித வாழ்வே சமூகத்தை அடியொற்றியே தர்மத்தை நிலை நிறுத்தும் விதமாகவே இருக்கிறது.

இந்தக் கலாச்சாரத்தில் வாழும் மனிதன் இயல்பாகவே தெய்வீக நாட்டம் கொண்டவனாகவே இருக்கிறான். எந்தக் கடவுளை வணங்-கினாலும் ஒரு பற்றோடு உரிமையோடு வணங்குகிறான். "தெய்வீகம் இயற்கையாகவே ஒவ்வொருவருக்குள்ளும் இருக்கிறது" என்கிறார் ஸ்ரீ

ராமகிருஷ்ண பரமஹம்சர், இதற்குக் காரணம் மனித முயற்சி மட்டும் அல்ல, இயல்பாகவே இந்த கலாச்சாரம் நமக்குக் கொடுத்திருக்கும் ஞானம் !

உலகம் முழுக்கப் போர்கள் நடந்து கொண்டிருக்க, "அகிம்சை" என்ற ஆயுதத்தை காந்தி மகான் எடுக்கக் காரணம், இந்த அமைதியை விரும்பும், அருளை வழங்கும் கலாச்சாரமே !

அதே சமயம் ஆயுதம் எடுத்தாலும் ஒழுக்க நெறியோடு போர் புரியும் மனப்பாங்கை கொடுத்ததும் இதுவே !

போரில் ஆயுதம் இல்லாதவரைத் தாக்கக்கூடாது ,

பெண்களை,குழந்தைகளைக் கொல்லக்கூடாது,

சூரியன் மறைந்த பிறகு போர் கூடாது ,

பிற நாட்டுத் தூதுவரை, பிற நாட்டு புனிதஸ்தலங்களை

கோவில்களை, பசுக்களை , வேதம் ஓதும் அந்தணர்களை , ரிஷி-களை , என யாரையும் தாக்கக்கூடாது. குறிப்பாக போரில் இருந்து பயந்து புறமுதுகிட்டு ஓடுபவரை தாக்கக்கூடாது இன்னும் பல வரமுறை-கள். இப்படி ஒரு கோட்பாட்டோடு போரிட்டனர் நம் மன்னர்கள், துரதிஷ்டவசமாக பின்னாட்களில் நம்மை ஆக்கிரமிக்க வந்த அன்னியர் , வெளிநாட்டவர் , முகலாயர்கள் , ஆங்கிலேயர்கள் என யாரும் நம் நாட்டின் போர் விதிகளைக் கேட்கக்கூட இல்லை, யாரும் இந்த போர் விதிகளை மதிக்கவில்லை; நம் நாட்டு மன்னர்கள் மட்டுமே போர் விதி-களை மதித்துப் போரிட்டனர்.

"பண்பாடற்ற கூட்டங்கள் , பண்பாடோடு வாழ்ந்த நம் நாட்டு மக்-களை அடக்கி ஆண்டது தான் இந்த கலாச்சாரத்தின் கருப்புப் பக்கங்-கள்"

4

அன்னியர் ஆட்சியில் உருவான பெண் அடிமைத்தனம்

அன்னியர் ஆட்சியில் உருவான பெண் அடிமைத்தனம் — Status of Women Before Independence

பொதுவாகவே நம் பாரத தேசத்தில் பெண்கள் தொடர்ந்து அடிமைப் படுத்தப்பட்டு வந்தனர், "இங்கு பெண்களுக்கு உரிமையே இல்லை" என்பன போன்ற பொய்ப் பிரச்சாரங்கள் தொடர்ந்து செயப்பட்டு வரு- கின்றன. இது தவறு. ஆண்களுக்கு நிகராகப் பெண்கள் அனைத்து உரிமைகளும் பெற்று வந்தனர், வருகின்றனர்.

நம் நாட்டில் மகாராணி என்பவள் மகாராஜாவின் அருகிலேயே "சரி சமமாகவே" தான் அமர்ந்திருபாள்.

ஸ்ரீ ராமன் வர வேண்டாம் என்று மறுத்தும் அதை மீறி தன் சுய விருப்பத்தின் காரணமாக; தன் சுய முடிவலேயே ராமனோடு காட்டிற்குச் சென்றால் சீதை ! மேலும் காட்டில் ராமனுக்குப் பல அறிவுரைகளைச் சீதை வழங்கினாள் என்கிறது ராமாயணம்.

ஒரு நாட்டினுடைய மன்னனையே எதிர்த்து கேள்வி கேட்கும் உரிமை, தைரியம் கண்ணகிக்கு இருந்தது.

ஒரு நாட்டில் இளவரசிக்குத் திருமணம் என்றால், பல நாட்டு இளவரசர்கள் வரிசையாக வந்து நிற்பார்கள், தன் சுய விருப்பத்துடன், உரிமையுடன் தனக்கு விருப்பமான இளவரசனைக் கணவனாகத் தேர்ந்-தேடுப்பாள் இளவரசி !

குருகுலங்களில் சிறுவர்களும் ; சிறுமியர்களும் சேர்ந்தே கல்வி கற்-றனர்.

கண்ணனின் தேரோட்டியாக ருக்குமணி இருந்திருக்கிறாள் , தசர-தனுடன் சேர்ந்தே போருக்குச் சென்றாள் கைகேயி.

வடக்கே ஜான்சி ராணி என்றால் தெற்கே வீரமங்கை வேலுநாட்சி-யார், முதல் பெண் தற்கொலைப் படை வீராங்கனை குயிலி. இப்படி இந்தப் பட்டியல் நீளும்.

ஆனால் இவையெல்லாம் வேண்டுமென்றே இன்று மறைக்கப்பட்டு நம் நாட்டில் பெண்களின் நிலை முன்பு மோசமாகவே இருந்தது போல ஒரு தோற்றம் காண்பிக்கப்படுகிறது.

"பெண்கள் கல்வி பெறுவதை எங்கள் மதம் ஒரு போதும் தடுப்ப-தில்லை இன்ன வகையில் கல்வி அளிக்க வேண்டும் , ஏன் இன்ன வகையில் பயற்சி அளிக்க வேண்டும் என்பதெல்லாம் கூறப்பட்டுள்ளது பல்கலைகழங்களில் ஆண்களும் பெண்களும் சேர்ந்தே படித்தனர் என்று பழைய நூல்கள் சொல்கின்றன, பின்னாட்களில் கல்வி நாடு முழுவதும் புறக்கணிக்கபட்டது, அன்னியர் ஆட்சியில் என்ன எதிர்பார்க்க முடியும் ? நாட்டை வென்ற அந்நியர்கள் அன்னியர்கள் எங்களுக்கு நன்மை செய்வதற்காக அங்கே இருக்கவில்லை. அவர்களுக்கு வேண்டியது பணம் அவ்வளவுதான்."

Source : "இந்தியப் பெண்மணிகள்" - சுவாமி விவேகானந்தர் ("இந்தியப் பெண்மணிகள்- 2 ▬ பகுதி 2) ஸ்ரீ ராமகிருஷ்ண மடம் வெளியீடு.

நம் பாரத தேசத்தில் பெண்களின் நிலை மோசமடைந்தது, அன்னிய படையெடுப்புகளின் பின்பு தான். அன்னிய ஆக்கிரமிப்பாளர்களிடம் இருந்து, தங்களின் மகள்களை ; மனைவிகளை ; பெண் குழந்தை-களைப் காப்பாற்றிக்கொள்ள பெண்களை வீட்டிலேயே வைத்திருக்கும் முறையைக் கையாண்டனர், ஆண்கள். ஒரு நாள் அல்ல இரண்டு நாள் அல்ல அன்னியப் படையெடுப்புகள் தொடர்ந்தது 700 ஆண்டுகளுக்-கும் அதிகமாக, ஆக அத்தனைக் காலங்கள் நம் பெண்கள் வீடுகளில்

பயந்து, ஒடுங்கி வாழும் நிலைக்குத் தள்ளப்பட்டனர். இதுவே பின்னாட்-
களில் பெண் அடிமையாக ; பெண்ணடிமைத்தனம் ஊடுருவ வழியாகி-
விட்டது.

பெண்ணடிமைத் தனத்திற்கும் நம் கலாச்சாரத்திற்கும் சம்மந்தம்
இல்லை.

அன்னிய ஆக்கிரமிப்பாளர்களால் எத்தனையோ பெண்கள் பாலியல்
கொடுமைகளுக்கு ஆளாகினர், கற்பழிக்கப்பட்டனர் , கொலைசெய்யப்-
படனர், இதையெல்லாம் பார்த்த ஆண்கள் தங்கள் வீட்டுப் பெண்களை
வீட்டை விட்டு வெளியே அனுப்பப் பயந்தனர், எத்தனையோ பெண்-
கள் தங்கள் கற்பைக் காப்பாற்றிக் கொள்ள தெருக்களில் , ஊர்நடுவில்
தீ மூட்டி ஒன்றாக அதில் குதித்து தங்கள் உயிரைத் தியாகம் செய்-
தனர், இதுவே பின்னாளில் 'சதி'யாக மாறியதே (Sati Practice) தவிர,
இங்கு 'சதி' (Sati Practice) என்ற முறை இந்து மதத்தில் இருந்து
வந்ததல்ல. ஆக்கிரமிப்பாளர்களின் கொடுமையால் உருவானதே "சதி
(Sati)" !

அன்னியரின் கையால் சீரழிவதைவிட தன் சொந்தக் கனவரின்
கையால் மரணத்தைத் தழுவுவதே மேல், என்று கனவனின் கையாலேயே
தன்னைக் கொலை செய்யச் சொல்லி உயிர் தியாகம் செய்த பெண்க-
ளின் வரலாறும் இங்கு உண்டு.

உதாரணங்கள் இரண்டு :

1. சித்தூர் ராணி பத்மினி :

வட பாரதத்தில் முகமதியப் பேரரசு உருவாகி வளர்ந்தது. அப்போது
"சித்தூர் ராணி பத்மினி" அழகு நாடெங்கும் பிரபலமாக இருந்தது.
அது சுல்தானின் காதுகளுக்கு எட்டியது. உடனடியாக அவளைத் தனது
அந்தப்புரத்திற்கு அனுப்புமாறு கடிதம் அனுப்பினான் சுல்தான். அதன்
விளைவாகச் சித்தூர் மன்னனுக்கும் சுல்தானுக்கும் மூண்டது மாபெரும்
போர். முகமிதியர்கள் சித்தூரை முற்றுகையிட்டனர். இனி எதிர்த்துப்
போரிட முடியாது என்று கண்ட ராஜ புத்திரர்கள் தங்கள் வாளால் தங்-
களையே வெட்டிக் கொண்டு மாண்டார்கள். பெண்கள் தங்களை தீக்கு
இரையாக்கி உயர் தியாகம் செய்தனர்.

ஆண்கள் அனைவரும் மாண்ட பிறகு, தெருவில் எழுந்தது ஒரு
மாபெரும் நெருப்பு, ராணியே தலைமை தாங்கிச் செல்ல, ஏராளம்
பெண்கள் அந்த நெருப்பைச் சுற்றி வந்து கொண்டிருந்தனர்.அவர்களின்

நோக்கத்தைப் புரிந்து கொண்ட சுல்தான் சென்று ராணியைத் தடுத்தான், அதற்கு ராணி "இதுதான் ராஜபுத்திரப் பெண் உனக்குக் கொடுக்கும் வரவேற்பு" என்று கூறி விட்டுத் தீயில் பாய்ந்தாள். முகமதியர்களிட-மிருந்து தங்கள் கற்பைக் காத்துக்கொள்ள அன்று 74,500 பெண்கள் அந்தத் தீயில் வீழ்ந்து உயர்த்தியாகம் செய்துகொண்டதாகச் சொல்லப்-படுகிறது. இன்றும் நாங்கள் கடிதம் எழுதும் போது, கடிதத்தை மூடி அதன் மீது "741/2" என்று எழுதிவிட்டால், அதை யாராவது (அனு-மதி இல்லாமல்) திறந்தால், 74,500 பெண்களைக் கொன்ற பாவத்திற்கு ஆளாகிறான்.

Source : "இந்தியப் பெண்மணிகள்" - சுவாமி விவேகானந்தர் (பகுதி 8 லட்சியப் பெண்மணிகள்) ஸ்ரீ ராமகிருஷ்ண மடம் வெளி-யீடு.

2. வார்விக் பல்கலைக்கழக பேராசிரியர் டேவிட் அர்னால்ட் தெற்-காசிய வரலாற்றை பயில்பவர். அவர் இந்த காலகட்டம் குறித்து ஒரு சித்திரத்தை விவரிக்கிறார். அதில் அவர் சொல்வது என்ன? பூனாவி-லும் பம்பாயிலும் பிளேக் சோதனைக்காக வீடு வீடாக ஏறிய பிரிட்டிஷ் வீரர்கள் இந்தியர்களை ஏதோ விலங்குகள் போல தாக்கினர். இது மக்-களிடையே கடும் வெறுப்பை ஏற்படுத்தியது. பூனா நகரத்தைப் பொறுத்-தவரையில் அந்த நகரத்தில் எப்போதும் பிரிட்டிஷ் எதிர்ப்பு கிளர்ச்சிகள் இருப்பதால் அங்கே உள்ள மக்கள் தாம் வேண்டுமென்றே அவமானப்-படுத்தப்படுவதாக உணர்ந்தனர். இதில் நியாயம் இல்லாமல் இல்லை அது மட்டுமல்ல பிரிட்டிஷ் ராணுவத்தினரால் இந்திய பெண்கள் மானப்பங்கப்-படுத்தப்பட்டனர். கிராமமக்களோ ராணுவத்தினரால் அடித்து துன்புறுத்-தப்பட்டனர். ராணுவத்தினர் காடுகளுக்கு வேட்டையாட செல்லும் போது இந்திய கிராம மக்கள் சுட்டுக் கொல்லப்பட்டனர். கேட்டால் 'ஏதோ காட்டு மிருகம் என தவறாக நினைத்து சுட்டுவிட்டோம்.' என பதில் கிடைக்கும். இதற்கெல்லாம் பிரிட்டிஷ் ராணுவத்தினருக்கு மிக அற்ப-மான சில தண்டனைகளே கொடுக்கப்பட்டன. பூனாவில் வீடு வீடாக பிளேக் சோதனை செய்ய ஆயிரம் ராணுவ வீரர்கள் பயன்படுத்தப்பட்-டது 'ஒன்று திட்டமிட்ட தூண்டுதல் அல்லது இந்தியர்களின் உணர்வு-களை வேண்டுமென்றே உதாசீனப்படுத்துதல்'. பிரிட்டிஷ் ராணுவவீரர்-கள் நடந்துகொள்ளும் விதம், ஏழை எளிய மக்களுக்கு எஞ்சியிருக்கும் ஒரே வாழ்வாதாரமான குடிசைகள் அழிக்கப்படுவது, பாத்திரங்கள் பறி-

முதல் செய்யப்படுவது, பெண்களை நடுத்தெருவில் இழுத்து அவர்க-ளுக்கு நோய் இருக்கிறதா என சோதனை செய்வது... இவற்றை தில-கரின் கேசரி கண்டிக்கிறது.

(Source: David Arnold, Colonizing the Body: State Medicine and Epidemic Disease in Nineteenth-century India, University of California Press, 1993, p.215 and http://www.tamilhindu.com/2014/07/tilakkillers/)

இப்படி எல்லாம் நடக்கும் கொடுமைகளைப் பார்த்தப் பெண்கள் தாங்கள் வீட்டின் உள்ளேயே பாதுகாப்பாகவே இருக்க விரும்பினர், ஆண்களும் அதையே செய்தனர். இப்படி சித்தரவதைகளுக்கும், கொடு-மைகளுக்கும் உள்ளான பெண்கள் சமூகம், பின்பு மெல்ல மெல்ல எழக் காரணமாக இருந்தவர்கள் பலர். ராஜாராம் மோகன் ராய் , ஈஸ்வர சந்திர வித்யாசாகர் , தயானந்தா சரஸ்வதி, சுவாமி விவேகானந்-தர், மகாத்மா காந்தி, பாரதியார் எனப் பலரின் தன்னலமற்ற உழைப்பு ,சேவை, சிந்தனை , செயல் ஆகியவற்றால் பெண்கள் சமூகம் முன்-னேற ஆரம்பித்தது , பீடு நடை போட்டு தொடர்கிறது.

இயல்பாகவே நம் பாரதப் பண்பாடு பெண் தன்மை கொண்டது, இங்கு இருக்கும் மலைகளும், நதிகளும், பெண்களின் பெயரையே தாங்கி நிற்கின்றன. இங்கு பெண் அடிமைப்படுத்தப்பட்டாள் என்பதை ஏற்கமுடியாது. ஓர் உயர்ந்த பண்பாட்டை உடைய மக்களை; பண்பாடற்ற கூட்டம் ஆக்கிரமிக்கும் பொழுது அங்கு முதலில் பாதிக்கப்படுவது பெண்கள் தான். அதுதான் நம் நாட்டின் அன்னிய படையெடுப்புகளின் பொழுது நடந்தது, (சில வருடங்களுக்கு முன் இலங்கையில் நம் தமிழ் பெண்களுக்கு நடந்தது என்ன – சிந்திக்க)

பாரத நாட்டில் பெண் என்பவள் கடவுளுக்கு நிகரானவள், பெண்-ணிற்கே பாதுகாப்பு இல்லை என்றால் நாடு எப்படி முன்னேறும். நம் நாட்டில் பெண் பின்தங்கிய நிலைக்குத் தள்ளப்பட்டதற்குக் காரணம் அன்னியர்களே தவிர நம் பாரத கலாச்சாரமல்ல. இதை இன்றைய நவ நாகரிக யுவனும்-யுவதியும் புரிந்து கொள்ள வேண்டும்.

"பெண்மையைப் போற்றும் பாரதம் ;

என்றும் அவளைத் தூற்றியதில்லை"

"ஒரு பெண் கண்ணீர் சிந்தும் வீட்டில் தெய்வங்கள் மகிழ்ச்சி அடை-வதில்லை" - சுவாமி விவேகானந்தர்

5

பாரதத்தின் சாதிய முறை

பாரதத்தின் சாதிய முறை

இந்த கலாச்சாரம் யார் மீதும் வலுக்கட்டயமாக எதையும் திணித்-
ததில்லை , ஒரு விஷயத்தைத் தவிர அது சாதி ! இந்து தர்மம்
, சனாதன தர்மம் எப்பொழுதும் மனிதனை பிறப்பின் அடிப்படையில்
பாகுபடுத்தி ; பிரித்து பார்த்ததில்லை அது அவனின் குணத்தின் அடிப்-
படையில் ; செய்யும் தொழிலின் (செய்யும் செயல், கர்மம்) தன்மைக்-
கேற்ப நான்கு வர்ணங்களை கூறுகிறது. காலப்போக்கில் அது ஒரு
குறிப்பிட்ட சமூகத்தின் ஆதிக்கத்திற்கு காரணமாக மாறியது காலத்தின்
கொடுமையே ஒழிய இந்த கலாச்சாரத்தின் பிழையல்ல.

ஒரு குறிப்பிட்ட மனிதர்கள் செய்த தவறுக்கு ஒட்டுமொத்த கலாச்-
சாரதையும் குறை கூறுவது வேடிக்கை.

"இது மனித பிழை; பரமாத்மாவின் பிழையல்ல"

தன்னுடைய பத்து அவதாரத்தில் ஒரே ஒரு அவதாரம் மட்டுமே
கடவுள் (ஸ்ரீ கிருஷ்ண பரமாத்மா) பிராமணன் வடிவம் எடுத்துள்ளார்,
அதுவும் குள்ளமான வாமண அவதாரம். மனிதனாக அவதரித்த மற்ற
அனைத்து அவதாரமும் பிராமணன் அல்லாத அவதாரமே ! (இங்கு
பிராமணன் என்பது உலக வழக்குப்படி ஒரு சாதியாக எடுத்துக்கொள்ள
வேண்டும்)

இன்று உலக வழக்குப்படி பிராமணன் என்பது ஒரு குணமாகப் பார்க்கப்படாமல் ஒரு சாதியாகப் பார்க்கப்படுகிறது, எனவே இனி பிராமணன் என்பதை ஒரு சாதியாக வைத்தே தொடர்வோம் ...

ராமனும் ; கண்ணனும் பிராமணன் அல்ல !

பராசரர் என்ற முனிவருக்கும் ; ஒரு மீனவக் குலப் பெண்ணிற்கும் (சத்யவதி) மகனாகப் பிறந்தவரே வேத வியாசர், (வேதங்கள் அனைத்தையும் தொகுத்தவர்) இவருக்குக் கிருஷ்ண த்வைபாயனர் என்ற பெயரும் உண்டு, அதற்கு கருப்பு நிறத்துடன் தீயில் தோன்றியவர் என்று பொருளாகும். வேத வியாசர் எழுதியதே மஹா பாரதம்,18 மகா புராணங்கள், பிரம்ம சூத்திரம் போன்ற அற்புத படைப்புகள் ! ஆக வேதங்கள் அனைத்தையும் தொகுத்தவர் ஒரு பிராமணர் அல்லாதவர்.

ஆழ்வார்களிலும் ; நாயன்மார்களிலும் பலர் பிராமணர் அல்லாதவர்கள்.

ரத்னாகர் என்ற கொள்ளைக்காரன் நாரத முனிவரின் அருளால், ஆசியால் , ஸ்ரீ ராமபிரானின் நாமத்தை "மராமரா" என்று உச்சரித்து (ராம ராம - அவனுக்கு ராம என்ற சொல் உச்சரிக்க வரவில்லை) ஸ்ரீ ராமனின் அருள் பெற்று , பின்னாட்களில் மிக உயர்ந்த "வால்மீகி" முனிவராகி இவ் உலகத்துக்குக் கொடுத்த மாபெரும் கொடைதான் "இராமாயணம". அந்த ராமனின் சரிதத்தை இந்த உலகுக்குக் கொடுத்தவர் ஒரு பிராமணன் அல்லாத வால்மீகி முனிவர்.

நம் இந்து சனாதன தர்மத்தில் மிக உயர்ந்த முக்கிய நூல்களை இயற்றிய அனைவரும் பிராமணர் அல்லாதவர்களே ! இதில் இருந்து நமக்கு ஒரு உண்மை விளங்குகிறது, முற்காலத்தில் வேதங்களை, இதிகாசங்களை அனைவரும் படித்துள்ளனர், அனைவரும் அதை வளர்த்துள்ளனர், குறிப்பிட்ட சாதியினர் மாட்டுமே படிக்க முடியும் என்ற நிலை இல்லை, இந்த நிலை இடையில் சாதிய பாகுபாடு பார்க்கும் காலத்தில் வந்திருக்கலாம், ஆனால் பழைய வேத காலத்தில் சாதிய வேறுபாடு இல்லை. "சாதிய வேறுபாடு ஒழிய அனைவரும் வேத காலத்திற்கு திரும்ப வேண்டும்" என்கிறார் சுவாமி விவேகானந்தர். ஆண்கள், பெண்கள் அனைத்து சாதியினரும் நம் பாரத நாட்டின் வேதங்களைப் படித்துள்ளனர். ஸ்ரீ மத் பகவத் கீதையில் கூறப்பட்டுள்ள நான்கு வர்ண (பிராமணர்,ஷத்ரியர்,வைசியர்,சூத்திரர்) கோட்பாடு அவரவர் குணத்தையும், அவரவர் செய்யும் தொழிலையும் அடிப்படையாகக் கொண்

டது இதில் பிறப்பின் அடிப்படையில் சாதிப் பாகுபாடு என்ற பேச்சுக்கே இடமில்லை.

ஸ்ரீ மத் பகவத் கீதையின் வழியில் மனிதனின் குணத்தை, தொழி- லைப் பார்த்து (செய்யும் செயல், கர்மம்) வர்ணங்கள் அமைகின்றன. மனிதனின் பிறப்பைப் பார்த்து சாதி கூறும் அவலம் உருவாகி மனி- தனைக் கூறு போட்டதற்கு கடவுள் காரணமா ? ஸ்ரீ மத் பகவத் கீதை- யில் சாதி என்ற பதத்தை, சொல்லை ஸ்ரீ கிருஷ்ணர் பயன்படுத்தவே இல்லை !

தவறுகள் அனைத்தையும் மனிதன் செய்து விட்டு "கண்ணனை" நோக்கிக் கை காட்டுவது மனித இயல்புதானே.

சாதிய பாகுபாட்டிற்கு மனிதனே காரணம், இந்தக் கலாச்சாரமல்ல, நம் கலாச்சாரம் அனைவரையும் அரவணைக்கும் தன்மை கொண்டது, எல்லோரையும் "தெய்வம்" என்று கூறுவது. சகிப்புதன்மை என்ற ஒன்றை நம் தர்மம் நம்புவதில்லை, அதற்குப் பதில் அனைவரையும் அன்பால் அரவணைக்கும் "அனைவரையும் உயர்ந்த மனதோடு எற்- றுக்கொள்ளுதல்" என்ற பரந்துபட்ட ஞானத்தை வழங்குகிறது. விரும்பி- யும், விரும்பாமலும், வேண்டியும், வேண்டாமலும், இயங்குவது சகிப்பு- தன்மை. ஆனால் வேண்டியவர், வேண்டாதவர், உயர்ந்தவர், தாழ்ந்தவர், ஏழை, பணக்காரர் என எதையும் பார்க்காமல் அனைவரையும் உயர்ந்த மனதோடு அன்பால் அரவணைப்பதே நம் இந்து சனாதன தர்மம்.

அரவணைக்கும் தர்மம்

நம் நாட்டைச் சீர்திருத்தம் செய்ய நினைத்தவர்கள் எல்லாம் இந்து மதத்தையே குறை கூறினார், காரணம் இந்து மதம் சாதியை நம்புகிறதாம் இந்து தர்மம் போதித்த வர்ண கோட்பாட்டிற்கும், சாதிய முறைக்கும் நிறைய வேறுபாடுகள் உண்டு. இந்து தர்மம் நான்கே நான்கு வர்ணங்களை மட்டுமே போதிக்கிறது, ஆனால் இன்று நம்மிடம் இருக்கும் சாதிகள் எத்தனை ? இன்று நம் பாரத நாட்டில் ஆயிரக்கணக்கில் சாதிகள் இருக்கின்றன, இதற்கு இந்து தர்மம் காரணமல்ல, மனித மனோபாவமே காரணம்.

இந்து மதமே அனைத்து அவலங்களுக்கும் காரணம் என்றவர்கள் எல்லாம் இன்று இருக்கும் இடம் தெரியவில்லை, நாம் அனைவரும் "பழமையான வேத காலத்திற்குத் திரும்ப வேண்டும், பரதத்தாய் மீண்டும் உயர்த்தெழுவாள்" என்று முழங்கிய சுவாமி விவேகானந்தரை நாடே போற்றுகிறது.

இன்று இந்து மதத்தைக் குறை கூற வேண்டும் என்பவர்கள் முதலில் சொல்வது அதன் சாதிய அமைப்பை, இன்று இருக்கும் இந்துக்களில் பெரும் பகுதியானவர்கள் வேதங்களைப் படித்தது கூடக் கிடையாது, இதற்கு முன்னர் நம் நாட்டில் வாழ்ந்தவர்கள் பலரும் வேதங்களைப் படித்து அதன்படி வாழ்ந்தனர் என்றும் கூற முடியாது. இப்படி இருக்க வேதங்களையே படிக்காத இந்து, பின்பற்றாத இந்து எப்படி வேதம் கூறியபடி சாதிப்பாகு பாடு படி வாழ்ந்தான் ? வேதமா அவனைச் சாதியை உருவாக்கத் தூண்டியது ?

மனிதனால் அவன் வாழும் இடங்களில் அவனவனின் வசதிக்கேற்ப அவனால் உருவாக்கப் பட்டதே சாதி ! ஒரு குழுவான மக்கள் ஒரு இடத்தில் வாழும் பொழுது ஒரு குறிப்பிட்ட தொழிலைச் செய்து வருகின்றனர் , ஆகையால் அக்குழுவிற்கு ஒரு பெயர் வருகிறது, பின்னாட்களில் அவர்களின் குடும்பமும் அத்தொழிலைச் செய்துவர

அதுவே ஒரு அடையாளப் பெயராக மாறி விடுகிறது.

ஒருவர் ஒரு குழுவில் இருந்து ஒரு தொழிலைச் செய்கிறார் பின் அவர், அவரது வாரிசுகள் வேறு ஒரு தொழிலைச் செய்கின்றனர் என்றால் அடையாளப் பெயர் மாற வேண்டுமே இல்லையா ? ஒரு தொழில் செய்த குடும்பம் வேறு ஒரு தொழிலில் இறங்கும் பொழுது, அவர்களின் பரம்பரை வந்த வழியில் அவர்களுக்கு இருக்கும் பெயர் ஒரு அடையாளமாக இருப்பதால் அவர்களால் அவர்களின் அடையாளப் பெயரை மாற்ற முடிவதில்லை. இது பொதுவான ஒரு நியதி , இது உலகம் முழுவதும் பொருந்தும்.

சாதியை ஒழிக்க இன்று இருக்கும் ஒரே வழி நாம் அனைவரும் எந்த சாதியையும் சாராதவர் என்று கூறிக்கொள்வதே.

"சாதிய உருவாக்கத்திற்கு மனித மனோபாவமே காரணம் ;

இந்து சனாதன தர்மத்தின் கோட்பாடல்ல"

எனவே இந்து மதம் தான் எல்லோரையும் பிறப்பின் அடிப்படையில் பிரிக்கிறது என்ற வாதம் இனியும் எடுபடாது.

நம் நாட்டைச் சீர்திருத்தம் செய்ய நினைத்தவர்கள் எல்லாம் இந்து மதத்தையே குறை கூறினார், காரணம் இந்து மதம் சாதியை நம்புகிறதாம் இந்து தர்மம் போதித்த வர்ண கோட்பாட்டிற்கும், சாதிய முறைக்கும் நிறைய வேறுபாடுகள் உண்டு. இந்து தர்மம் நான்கே நான்கு வர்ணங்களை மட்டுமே போதிக்கிறது, ஆனால் இன்று நம்மிடம் இருக்கும் சாதிகள் எத்தனை ? இன்று நம் பாரத நாட்டில் ஆயிரக்கணக்கில் சாதிகள் இருக்கின்றன, இதற்கு இந்து தர்மம் காரணமல்ல, மனித மனோபாவமே காரணம்.

இந்து மதமே அனைத்து அவலங்களுக்கும் காரணம் என்றவர்கள் எல்லாம் இன்று இருக்கும் இடம் தெரியவில்லை, நாம் அனைவரும்

"பழமையான வேத காலத்திற்குத் திரும்ப வேண்டும், பரதத்தாய் மீண்டும் உயர்த்தெழுவாள்" என்று முழங்கிய சுவாமி விவேகானந்தரை நாடே போற்றுகிறது.

இன்று இந்து மதத்தைக் குறை கூற வேண்டும் என்பவர்கள் முதலில் சொல்வது அதன் சாதிய அமைப்பை, இன்று இருக்கும் இந்துக்களில் பெரும் பகுதியானவர்கள் வேதங்களைப் படித்தது கூடக் கிடையாது, இதற்கு முன்னர் நம் நாட்டில் வாழ்ந்தவர்கள் பலரும் வேதங்களைப் படித்து அதன்படி வாழ்ந்தனர் என்றும் கூற முடியாது. இப்படி இருக்க வேதங்களையே படிக்காத இந்து, பின்பற்றாத இந்து எப்படி வேதம் கூறியபடி சாதிப்பாகு பாடு படி வாழ்ந்தான் ? வேதமா அவனைச் சாதியை உருவாக்கத் தூண்டியது ?

மனிதனால் அவன் வாழும் இடங்களில் அவனவனின் வசதிக்கேற்ப அவனால் உருவாக்கப் பட்டதே சாதி ! ஒரு குழுவான மக்கள் ஒரு இடத்தில் வாழும் பொழுது ஒரு குறிப்பிட்ட தொழிலைச் செய்து வருகின்றனர் , ஆகையால் அக்குழுவிற்கு ஒரு பெயர் வருகிறது, பின்னாட்களில் அவர்களின் குடும்பமும் அத்தொழிலைச் செய்துவர அதுவே ஒரு அடையாளப் பெயராக மாறி விடுகிறது.

ஒருவர் ஒரு குழுவில் இருந்து ஒரு தொழிலைச் செய்கிறார் பின் அவர், அவரது வாரிசுகள் வேறு ஒரு தொழிலைச் செய்கின்றனர் என்றால் அடையாளப் பெயர் மாற வேண்டுமே இல்லையா ? ஒரு தொழில் செய்த குடும்பம் வேறு ஒரு தொழிலில் இறங்கும் பொழுது, அவர்களின் பரம்பரை வந்த வழியில் அவர்களுக்கு இருக்கும் பெயர் ஒரு அடையாளமாக இருப்பதால் அவர்களால் அவர்களின் அடையாளப் பெயரை மாற்ற முடிவதில்லை. இது பொதுவான ஒரு நியதி , இது உலகம் முழுவதும் பொருந்தும்.

சாதியை ஒழிக்க இன்று இருக்கும் ஒரே வழி நாம் அனைவரும் எந்த சாதியையும் சாராதவர் என்று கூறிக்கொள்வதே.

"சாதிய உருவாக்கத்திற்கு மனித மனோபாவமே காரணம் ;

இந்து சனாதன தர்மத்தின் கோட்பாடல்ல"

எனவே இந்து மதம் தான் எல்லோரையும் பிறப்பின் அடிப்படையில் பிரிக்கிறது என்ற வாதம் இனியும் எடுபடாது.

இந்து தர்மம் அரவனைக்கும் தர்மம், ஒதுக்கும் மதமல்ல

வேடனான குகனையும்

வானரனான சுக்ரீவனையும்

அசுரனான வீடனையும்

தம் தம்பியராக்கிய "ஸ்ரீ ராமன்" பிறந்த கலாச்சாரம் நம் பாரத கலாச்சாரம்!

இது பார் போற்றும் பண்பாட்டுத் தலைநகரம்.

இந்து தர்மம் அரவனைக்கும் தர்மம், ஒதுக்கும் மதமல்ல

வேடனான குகனையும்

வானரனான சுக்ரீவனையும்

அசுரனான வீடனையும்

தம் தம்பியராக்கிய "ஸ்ரீ ராமன்" பிறந்த கலாச்சாரம் நம் பாரத கலாச்சாரம்!

இது பார் போற்றும் பண்பாட்டுத் தலைநகரம்.

6

இந்து தர்மம்: தமிழ் மொழியும் எளிய மனிதர்களும்

இந்து தர்மம்: தமிழ் மொழியும் எளிய மனிதர்களும் — Hindu dharma : Tamil language and Common Man

எண்ணிலடங்காத வழிமுறைகளையும் புனித நூல்களையும் அதனைத் தொடர்ந்து எண்ணற்ற ரிஷிகளையும், குருமார்களையும் கொண்டது நம் சனாதன தர்மம். ஒவ்வொரு இறை வழிபாட்டிற்கும் ஒரு நூல், ஒவ்வொரு பழக்கவழக்கதிற்கும் ஒரு நூல், ஒவ்வொரு பாரம்பரி-யத்திற்கும் ஒரு நூல். இப்படி எல்லையற்ற வழிமுறைகளைக் கொண்ட நம் இந்து தர்மத்திற்கு வழிகாட்ட எல்லையற்ற தத்துவங்கள் அவற்றை விளக்க எண்ணிலடங்கா நூல்கள்.

"ஒரே ஒரு நூல், ஒரே ஒரு கடவுள்" என்ற வழிமுறை இங்கு கிடையாது, அதற்கு மாற்றாக "எண்ணிலடங்கா ஞானப் பொக்கிஷங்-கள், எண்ணிலடங்கா கடவுளர்கள்" என்ற முறையே நம் வழிமுறை. இதுவே நம் கலாச்சாரத்திற்கு ஏற்ற முறை. "பிறருக்கு ஏற்றது, நமக்கு நஞ்சாகலாம்" என்கிறார் சுவாமி விவேகானந்தர், ஆகா பிற நாடுக-ளுக்கு ஏற்ற வழிபாட்டு முறை நமக்கு சரிவராது.

நம்முடைய தமிழ் மொழியில் நம் பாரத கலாச்சாரத்தின் ஹிந்து கடவுளர்களைப் போற்றி, புகழ்த்து பல ஞானப் பொக்கிஷங்கள் இருக்-கின்றன. தமிழ் மொழியில் பக்தி இலக்கியங்களின் பங்கு மிகப் பெரியது, பக்தி இலக்கியங்களை விட்டு விட்டு தமிழ் மொழியைப் பார்த்தால் அது வெறும் எழும்புக்கூடு போல தான் இருக்கும், பக்தி இலக்கியங்கள் தான் நம் தமிழ் மொழிக்கு அழகையும், வசீகரத்தையும், ஞானத்தையும், பெரு-மையையும், கம்பீரத்தையும் தருகின்றன. முற்காலத்தில் நம் முனிவர்கள், அறிவுஜீவிகள் கடவுளைப் போற்றிப் பல பாடல்களை இலக்கிய வடிவில் இயற்றி நம் தமிழுக்கும் இறைவனுக்கும் ஒரு சேரத் தொண்டாற்றியுள்-ளனர். பக்தி இலக்கியங்கள் நம் தமிழ் தாய்க்கு ஜீவன் போன்றது.

பன்னிரு திருமுறைகள் (தேவாரம், திருவாசகம், திருமந்திரம், பெரி-யபுராணம்), கம்பராமாயணம், திருப்புகழ், திருப்பாவை, திருவெம்பாவை, நாலாயிர திவ்யப்ரபந்தம் என இப்படியல் நீளும் (இவை சில மட்டுமே). திருக்குறள் நம் சனாதன தர்மத்தின் கலாச்சாரத்தில் தோன்றிய அறநூல், பிற்காலத்தில் அதை உலகப்பொதுமறை என்று அனைவரும் ஏற்றுக் கொண்டது நம் தமிழ் மொழிக்கும், நம் ஹிந்து கலாச்சாரத்திற்கும் பெரு-மையே !

நம் பாரத திருநாட்டில் இருக்கும் ஒவ்வொரு மொழியிலும் எண்-ணற்ற நூல்கள் நம் கலாச்சரா கடவுளர்களைப் போற்றி பெருமளவில் இருகின்றன. நம் பரந்துபட்ட பாரதத் திருநாட்டில் இருக்கும் பல மொழி-களில் நம் ரிஷிகள், முனிவர்கள், அறிவுஜீவிகள், கல்வியாளர்கள், புல-வர்கள், எனப் பலரும் தங்களுடைய அறிவாற்றலின் காரணமாக தெய்-வத்தின் துணையோடு தங்களின் தாய் மொழியில் நம் சனாதன இந்து கடவுளர்களைப் புகழ்ந்து, போற்றி பல பாடல்களை, இலக்கியங்களைப் படைத்துள்ளனர்.

கிராம தேவதை வழிபாடு, கிராம தெய்வங்களின் வழிபாடு, கிராம கடவுளர்களைப் போற்றிப் புகழ்ந்து பாடிய நாடுப்புறப்பாடல்கள் நம் பாரதம் முழுவதும் மிகவும் பிரபலம். கிராமத்து மக்கள், எளிய மக்கள் தங்களின் விருப்பமான கடவுள்களைப் புகழ்ந்து பாடிய பாடல்கள் ஏராளம், அவை ஏட்டில் எழுதப்படவில்லை, வாய்மொழியாகவே பாடப்பட்டன, பரப்ப-பட்டன.

காளியம்மன், மாரியம்மன், முத்துமாரி அம்மன், பவானி அம்மன், சீலக்காரி அம்மன், இராணி அம்மன், அய்யனார் சாமி, இருளப்பன்

சாமி, கருப்ப சாமி, சுடலை மாட சாமி, மதுரை வீரன் சாமி, முனீஸ்-வரன் சாமி, என இப்படியல் நீளும் (இவை சில மட்டுமே). இக்க-டவுள்களைப் பற்றி பாடப்பட்ட பாடல்கள் பெரும்பாலும் வாய்மொழி நாட்டுப்புறப் பாடல்களே, இவை நம் கிராமத்து எளிய மக்களை நம் கலாச்சாரத்தின் மீதும், நம் தர்மத்தின் மீதும் மிகுந்த ஈடுபாட்டோடும், பற்றுதலோடும், பக்தியோடும் இருக்க வைத்திருகின்றன . எளிய மக்-களின், எளிய பாடல்கள் அவர்களின் தூய்மையான அன்பு இன்றும் தொடர்ந்து ஆண்டவனை அன்பால் மகிழ்விக்கின்றன. [உதாரணம்: நாடகத் தமிழ் உலகின் இமயமலை எனப்பாரடப்படும், பாமரர்களின் பழங்கதைகளை நாடகமாக்கிய ''சங்கரதாசு சுவாமிகள்'' (1867-1920), சில நாடகங்கள்: வள்ளி திருமணம், பக்தப் பிரகலாதா, இலவகுசா]

நம் பாரதத்தின் ஒவ்வொரு மூலையிலும், மொழியிலும், எளிய மனி-தர்களின் உணர்வுப்பூர்வமான பாடல்கள் பரந்து விரிந்து காணக் கிடை-கின்றன. இம்மண்ணோடு மண்ணாக அவர்களின் பாடல்கள் கலந்து, இம் மண்ணுக்கு வலிமையைத் தருகின்றன. எளிய மனிதர்களின் வலி-மையான தொண்டுதான் இன்றும் நம் இந்து தர்மத்தைக் காக்கின்றது. போற்றுவோம் அவர்களின் தொண்டினை !

நம்முடைய கலாச்சாரத்தின் காவலர்கள் நம் மன்னர்கள், ரிஷிகள் மட்டும் அல்ல, நம்முடைய குடும்பங்களும் அதில் வாழ்த்த எளிய மனி-தர்களும் தான், அவர்கள் பல அறிய பெரிய சேவைகளை பெயர் கூறாது திறம்பட செய்துள்ளனர். அவர்களுக்கு என்றென்றும் நம் வணக்-கங்கள், நன்றிகள் ! என்றும் உங்கள் வழியில் நாங்கள்.

7

"ஸ்ரீ மத் பகவத்கீதை" நம்முடைய புனித நூல்

◈

"ஸ்ரீ மத் பகவத்கீதை" நம்முடைய புனித நூல் - ! "Srimad Bhagavad Gita" is Our Holy Book

நம் சனாதன தர்மத்தின் கடவுளர்களைப் பற்றி எத்தனையோ புத்தகங்கள், ஞானப் பொக்கிஷங்கள் இருக்கின்றன. ஒவ்வொரு நூலும் ஒன்றைப் போதிக்கிறது; ஓர் உயர்ந்த நெறியைக் கற்றுக் கொடுக்கிறது; ஒவ்வொரு வழிபாட்டிற்கும் ஒரு நூல் புனிதமானது; ஒவ்வொரு வழிமுறைக்கும் ஒரு நூல் முக்கியமானது அப்படி இருக்க நம் அனைவருக்கும் பொதுவான நூல் என்று எதைக் கூறுவது ? ஒவ்வொரு மொழியிலும் நம் கடவுள்களைப் போற்றி எண்ணற்ற நூல்கள் இருக்கின்றன, ஆகையால் பொதுவான நூல் என்று எதைக் கருதுவது ?

சைவம் (சிவன் வழிபாடு), வைணவம் (திருமால் வழிபாடு), சாக்தம் (சக்தி வழிபாடு), காணபத்தியம் (விநாயகர் வழிபாடு), கௌமாரம் (முருகன் வழிபாடு), சௌரம் (சூரிய வழிபாடு), என நமக்குப் பிரதான-

மாக இருக்கும் ஆறு வழிபாட்டு முறைகளுக்கும் பொதுவாக விளங்கு-வது நான்கு (4) வேதங்கள், ரிக், யஜூர், சாமம், அதர்வணம் ஆகிய இந்த நான்கு வேதங்களும் அனைத்து வழிபாட்டிற்கும் பொதுவானவை, நம்முடைய ஆறு வழிபாட்டு முறைகளிலும் இந்த நான்கு வேதங்களும் பயன்படுத்தப் படுகின்றன, எனவே இவை அனைவருக்கும் பொதுவா-னவை. ஒரு தனிப்பட்ட மனிதன், ஓர் எளிய மனிதன் என்று எடுத்துக் கொண்டால் அவனால் இந்த நான்கு வேதங்களையும் படிப்பது என்பது சற்று கடினம், எனவே இந்த நான்கு வேதங்களின் சாரமாக விளங்-கும், நான்கு வேதங்களின் கருவாக விளங்கும், ஸ்ரீ கிருஷ்ண பரமாத்மா அருளிய, "ஸ்ரீ மத் பகவத்கீதை"யைப் படிப்பது எளிது. ஆகவே தான் நம் முன்னோர் "ஸ்ரீ மத் பகவத்கீதை"யை நம் புனித நூலாகப் பின்பற்-றினர், நான்கு வேதங்களின் சாரமாக "ஸ்ரீ மத் பகவத்கீதை" விளங்கு-வதால் அதுவே நம்முடைய புனித நூல் !

வேதங்களில் பல பகுதிகள் மறைந்துபோய்விட்டன, ஆனால் வேதங்-களினின்று தெள்ளியெடுத்த உபநிஷதங்கள் நன்கு காப்பாற்றி வைக்க-பட்டிருக்கின்றன. உபநிஷதங்கள் எல்லாம் நான்கு வேதங்களில் இருந்து வந்தவை, உபநிஷதங்களில் அடங்கியுள்ள கருத்துக்களையெல்லாம் தெளிவுபட விளக்குவது பகவத்கீதை, எல்லா உபநிஷதங்களின் சாரமும் இதில் இருக்கிறது. உபநிஷதங்களைப் பசுக்கள் என்று வைத்துக்கொண்-டால் பகவத்கீதையைப் பால் என்று பகரலாம், பகவத்கீதையை பகவத்-கீதா உபநிஷதம் என்றும் அழைக்கலாம். எல்லோருக்கும் எளிதில் விளங்காத உபநிஷதங்களை, எளியோர்க்கும் விளங்கும்படி எளிமையாக பகவத்கீதை என்று செய்து வைத்தான் கண்ணன் !

அனைத்து வேதாந்தக் கருத்துகளையும், அனைத்து ஞான விளக்-கங்களையும், அனைத்துத் தத்துவங்களையும், ஒப்பற்ற நெறிமுறைக-ளையும், அற சிந்தனைகளையும் விளக்கும் நூல் "ஸ்ரீ மத் பகவத்-கீதை" [பகவத்கீதை என்பதற்கு பகவானின் கீதம், கடவுளின் பாடல் என்று பொருள்] எல்லாவற்றிற்கும் மேலாக "ஸ்ரீ மத் பகவத்கீதை" "ஸ்ரீ கிருஷ்ண பரமாத்மா"வால் இவ்வுலக ஜீவராசிகள் இன்புற்று வாழ வாரி வழங்கப்பட்ட அருளமுதம் !

நம்மால் (தமிழர்களால்) விரும்பப்படும் ஒரு நூலை, மற்ற மொழி-யினர் ஏற்றுக் கொள்ளமாட்டார்கள், கன்னடர்கள் விரும்பும் நூலை

மலையாளிகளும், தெலுங்கர்கள் விரும்பும் நூலை மராட்டியர்களும், அசாமியர்கள் விரும்பும் நூலை குஜராத்தியர்களும், ஹிந்தி பேசும் மக்கள் விரும்பும் நூலை மற்ற மொழிக்காரர்களும், மற்ற மொழிக்காரர்கள் விரும்பும் நூலை ஹிந்திக்காரர்களும் ஏற்றுக் கொள்ளமாட்டார்கள். இப்படி ஒவ்வொருவரும் மற்றவரின் நூலைத் தவிர்த்துவிட்டு, தங்களின் நூலே புனித நூலாக வர வேண்டும் என்று விரும்புவர். ஆனால் அதே சமயம் நான்கு வேதங்களையும் அனைவரும் ஏற்றுக் கொள்வர், நம் பாரதம் முழுவதும் நம்முடைய கோவில்களின் வழியாக சமஸ்கிருதம் அனைவரையும் இணைக்கிறது, கலாச்சார ரீதியாக சமஸ்கிருதம் ஓர் இணைப்பு மொழி போல செயல்படுகிறது.

ஒவ்வொரு மாநிலத்திலும் அந்த மாநிலத்தின் மொழியில், கோயில்களில் பூஜைகள், அர்ச்சனைகள் செய்யப்படுகின்றன, அதே சமயம் நம்முடைய நான்கு வேதங்களும், புராணங்களும், இதிகாசங்களும், சமஸ்கிருதத்தில் இருப்பதால், சமஸ்கிருதம் உலகம் முழுவதும் உள்ள அனைத்து கோவில்களிலும் பயன்படுத்தப்படுகிறது. ஓர் ஒழுங்கு முறை போல, நம் பாரதத்தில் சமஸ்கிருத மொழியில் ஒலிக்கும் "சுப்ரபாதம்"தான் உலகம் முழுவதும் ஒலிக்கிறது.

அண்டை மாநிலங்களின் மொழிகளில் உள்ள ஏதேனும் ஒரு புனித நூலை நாம் ஏற்றுக்கொள்வோமா ? இல்லை நம்முடைய தமிழ் மொழியில் உள்ள ஏதேனும் ஒரு புனித நூலை நம் அருகில் உள்ள கேரளா, கர்னாடக, ஆந்திரா ஏற்றுக்கொள்ளுமா ? இது சந்தகமே. ஒவ்வொரு மொழிக்கும், ஒவ்வொரு வழிபாட்டு முறைக்கும் எண்ணற்ற ஞான நூல்கள் இருக்கின்றன, அதில் ஏதேனும் ஒன்றை "புனித நூல்" என்று அறிவித்தால் மற்றவர்கள் ஏற்கமாட்டார்கள். ஆகையால் தான் ஆறு பிராதன வழிபாட்டு முறைகளுக்குப் பொதுவான நான்கு வேதங்களை எடுத்துக் கொண்டு, நான்கு வேதங்களின் சாரமான "ஸ்ரீ மத் பகவத்-கீதை" சனாதன ஹிந்து தர்மத்தின் புனித நூல் என்று ஏற்றுக்கொள்ளப்படுகிறது.

ஒட்டுமொத்தமாக அனைத்து இந்துக்களும் "ஸ்ரீ மத் பகவத்-கீதை"யைப் புனித நூலாக ஏற்றுக்கொள்கின்றனர், காரணம் அது அனைத்து வேதங்களின் சாரமாக விளங்குகிறது !

"ஆன்மீகமே பாரதத்தின் முதுகெலும்பு, அதுவே நம் நாட்டை

ஒருங்கிணைக்கும்'' என்கிறார் சுவாமி விவேகானந்தர்.

8

குடும்பம் எனும் வழிகாட்டும் பல்கலைக்கழகம்

ஆன்மிக, தேசிய நீரோட்டத்திற்கு குடும்பம் எனும் வழிகாட்டும் பல்கலைக்கழகம்

Spiritual and National integration via Family

நம் கலச்சாரத்தில் குடும்பமே அடிப்படை, அதை ஒட்டியே அனைத்தும் கட்டமைக்கப்படுகிறது தேசம் எனும் வீட்டின் அஸ்திவா- ரமாக, சிறு சிறு செங்கற்களாக விளங்குவது நம் நாட்டின் குடும்ப அமைப்பு முறையே. என்று நம் நாட்டின் குடும்ப அமைப்பு முறை சீர- ழிகிறதோ அன்று நம் நாடும் பாழடையும், குடும்பமே இங்கு அனைத்- துமாக உள்ளது. ஓர் உதாரணம் : உலகமெங்கும் பொருளாதார நெருக்- கடி ஏற்பட்டபொழுது, மென்பொருள் துறை வீழ்ச்சி அடைந்த பொழுது உலக நாடுகளில் இதன் தாக்கம் எதிரொலித்த பொழுது நம் பாரத நாடு அசராமல் தைரியமாக இருந்தது, காரணம் நம் குடும்ப பெண்களிடம், தாய்மார்களிடம் இயல்பாகவே இருக்கும் சேமிக்கும் பழக்கம், நெருக்கடி நிலையில் பலர் வேலையை இழந்த பொழுது இந்த சேமிப்புப் பணம் பலரின் குடும்பங்களைக் காப்பற்றியது. சேமிக்கும் பழக்கம் இயல்பாகவே நமக்கு நம் முன்னோர்களால் கற்றுக் கொடுக்கப்படுகிறது.

ஒரு குழந்தையின் முதல் படிப்பிடம், பள்ளி, குடும்பம் அங்கு தான் அதன் வாழ்க்கையின் முதல் அத்தியாயம் செதுக்கப்படுகிறது, 'முதல் கோணல் முற்றும் கோணல்' என்பது போல முதல் செதுக்களில் 'உழி' தவறுதலாக விழுமாயின் வாழ்வும் தவறிவிடும். இதை உணர்ந்திருந்த நம் முன்னோர் நம்மை குடும்பம் எனும் அடைப்புகுறியில் ஆன்மிகம் எனும் அரண் அமைத்துக் காத்தனர். இன்று குடும்பமும் நம் அடிப்படை ஆன்மிகமும் சிலரால் கேள்விக்குறியாகப்படுவது வாடிக்கையாகிவிட்டது.

தனிமனித சுதந்திரம், நவீனத்துவம், நவீன நாகரிகம் எனும் பெயரில் அனைத்திற்கும் மாற்று என்று கொடி பிடிக்கும் காலம் இன்று. பாரதத்தின் வேர் ஆன்மிகத்தில் பலமாக ஊன்றி இருப்பதால் ஆன்மிக அடிப்படையை அழிப்பதாக நினைத்து கொண்டு; ஆன்மிகத்தின் வேரை அறுப்பதாக நினைத்துக் கொண்டு சிலர் செய்யும் காரியம் நம் குடும்ப வாழ்வியலை சிதைக்கிறது. நம்மைப் பொறுத்தவரையில் கோயில் என்பது நம் குடும்பத்தின் ஒரு அங்கம், எந்த ஒரு செயலும் நமக்கு கோயிலின் வாசற்படிகளில் இருந்தே தொடங்குகிறது. அந்தக் கோயிலின் அரவணைப்பில் இருந்து நம்மை அன்னியப்படுத்தும் நடைமுறையையே நவீனம் பற்றி, முற்போக்கு பற்றி பேசுபவர்கள் வைப்பது.

இவர்கள் எதிர்ப்பது கோயிலை அல்ல, மறை முகமாக நம் நாட்டின் குடும்ப அமைப்பை. காலம் காலமாக நம் முன்னோர் பின்பற்றி வந்த, கொண்டாடி வந்த நடைமுறைகளை , விழாக்களைக் கேலிபேசுவது, குறைத்து மதிப்பிடுவது நம்மை சிறுமைப் படுத்தி ஒதுக்குவது சிலரின் திட்டமிட்ட, நம் கலாச்சாரத்தை கேலிப் பொருளாக்குகிற வேலை.

தீபாவளியை விமர்சனம் செய்வது, பெண்களின் தாலியை கேலி செய்வது, இந்து தர்மக் கடவுளர்களை, நூல்களை, பழக்கவழக்கங்களை தவறாக விமர்சனம் செய்வது, இதன் மூலம் மக்களிடம் நம் கலாச்சாராம் தவறானது, பிற்போக்கானது என்று பொய் பிரச்சாரம் செய்வது, மக்களின் நம்பிக்கைகளை இம்மண்ணில் இருந்து பிரிப்பது, நம் புராதன வழிமுறைகளை விமர்சிப்பது, ஏதோ புதுமை, முற்போக்கு என்று பார்க்கப்படும் சிலரின் முட்டாள் தனம் நிறைந்த நடவடிக்கை.

நம் பண்பாடு அனைவரையும் அரவணைக்கும் தன்மை கொண்டதால், பிற நாகரிகங்கள், பிற கலாச்சாரங்கள், பிற வழிபாட்டு முறைகளில் நல்லவை, சிறப்பானவை என்று இருப்பதை நாம் ஏற்றுக் கொள்கிறோம், ஆனால் அதே சமயம் நம்முடைய சொந்தமான, இம்மண்ணின்

மரபுகளையும் மறக்காமல் இருப்பதே புத்திசாலித்தனம், நம் மண்ணின் வேர்களை மறந்து விட்டு அல்லது புரந்தள்ளி விட்டு மற்ற நாட்டின் வழி முறைகளைப் பின்பற்றுவது எப்படி சரியாகும் ?

ஒவ்வொரு நாட்டிற்கும் ஒரு இயல்பு, ஒரு தனி தன்மை உண்டு அந்த இயல்பிலேயே அந்த நாடுகளை வளர்த்தெடுக்க வேண்டும், ஒரு-வருக்கு ஏற்றது பிறருக்கு ஒத்துவராது ''மற்றவர்களுக்கு ஏற்ற ஒன்று, நமக்கு நஞ்சகலாம்'' என்கிறார் சுவாமி விவேகானந்தர், பிறரின் வழி-முறைகளை நாம் அறிந்து கொள்ளலாம் அவற்றை வழிமொழிவது, பின்பற்றுவது நம் மண்ணிற்கு உகந்ததள்ள. நம் பாரத தேசியத்தின் அடிப்படையாக விளங்கும் நம் ஆன்மிக மரபுகளைப் பாதுகாப்பது நம் ஒவ்வொருவரின் கடமையாக உள்ளது, இந்த நாடு நமக்கு எவ்வளவோ கொடுக்கிறது, பதிலுக்கு நாமும் ஏதேனும் செய்ய வேண்டும், முக்கியமாக நம் ஆன்மிக வேர்களை, நம் கலாச்சார வெளிப்படுகளைப் பாதுகாக்க வேண்டும். நம் பழம்பெரும் பாரதத்தைப் போற்றிப் பாதுகாக்க வேண்டும், பாதுகாப்போம். ஜெய் ஹிந்த்.

9

ஆங்கிலேயர்களால் "முன்னேற்றம்" என்ற ஏமாற்று வேலை

ஆங்கிலேயர்களால் "முன்னேற்றம்" என்ற ஏமாற்று வேலை

பொதுவாகவே ஆங்கிலேயர்கள் வந்ததால்தான் தான் நம் நாட்டிற்கு பல முன்னேற்றங்கள் வந்தன, குறிப்பாக ரயில்வே, தபால், சில அறி-வியல் தொழில்நுட்பங்கள், என்று பரவலாகப் பலரால் நம்பப்பட்டு வருகிறது. இது முற்றிலும் தவறு, உண்மையல்ல. ஆங்கிலேயர்கள் இவற்றையெல்லாம் கொண்டு வந்ததற்குக் காரணம், தாங்கள் சுகமாக இருப்பதற்கு, நம் நாட்டு மக்கள் முன்னேற்றமடைய அல்ல.

இரயில்வே : ஆங்கிலேயர்கள் "இரயில்வேயை" ஏற்படுத்தியது, இந்-தியா முழுவதும் ரயில்களை ஓடவிட்டது நம் மக்களுக்காக அல்ல, இந்-தியா முழுவதும் இருக்கக் கூடிய நம் நாட்டு வளங்களைக் கொள்-ளையடிக்க, அவர்களின் தொழில் துறைகளுக்குத் தேவையான மூலப் பொருட்களை நம் நாட்டில் இருந்து கொள்ளையடித்துச் செல்வதற்-காகவே.பின்னாட்களில் அது மக்கள் பயன்பாட்டிற்கு வந்தால் கூட, அதன் முக்கியப் பயன்பாடு ஆங்கிலேய ராணுவத்தை நாடு முழுவதும்

விரிவடையச் செய்து நம் நாட்டின் சுதந்திரப் போராட்ட வீரர்களை ஒடுக்குவதே. எளிதாக ராணுவத்தை மற்ற பகுதிகளுக்கு கொண்டு சென்று மக்களை,சுதந்திரப் போராட்ட வீரர்களை, ஆங்கிலய ஆட்சிக்கு எதிராகப் போராட விடாமல் தடுக்க இரயில்வே ஆங்கிலேயர்களுக்குப் பெரிதும் உதவியது.

தபால் : நம் நாட்டில் நடக்கும் சுதந்திரப் போராட்ட நிகழ்வுகளை உடனுக்குடன் நம் நாட்டில் இருக்கும் மற்ற ஆங்கிலேய அதிகாரிகள் தெரிந்துகொள்ளவும், கட்டளைகள் பிறப்பிக்கவும்,சுதந்திரப் போராட்ட தியாகிகளின் கைதுகளை தெரிந்து கொள்ளவும், நாட்டிற்கு எதிராகச் சதித் திட்டங்கள் தீட்டவும், நம் நாட்டின் விவரங்களை இங்கிலாந்து இராணிக்குத் தெரிவிப்பதற்காகவும் உருவாக்கப்பட்டதே தபால் துறை.

அன்னியர்கள் வந்த பிறகு தான் இங்கு கல்லூரிகள், பல்கலைக்-கழங்கள் வந்தன என்பவர்களுக்கு நம்முடைய பதில், உலகின் முதல் பல்கலைக்கழகம் நம் பாரத நாட்டின் தட்சஷீலத்திலும் (கி.மு 700), மற்றொரு பெரிய பல்கலைக்கழகம் நாளந்தாவிலும் இருந்தன, பின் நாட்களில் அவை முகலாயர்களால், அன்னியர்களால் அழிக்கப்பட்டன. ஆங்கிலேர்கள் இங்கு கல்லூரிகளை உருவாக்கியதற்கு முக்கிய கார-ணம், ஆங்கிலேர்களின் கீழ் வேலை செய்யும், இந்தியர்கள் ஆங்கிலக் கல்வியறிவற்று இருந்தனர், வெள்ளையர்களின் ஏவல் வேலை செய்யத் தேவைப்பட்ட இந்தியர்களுக்கு ஆங்கில அறிவு கொடுப்பதற்காகவே தான் நம் நாட்டில் ஆங்கிலேயர்களால் கல்லூரிகள் உருவாக்கப்பட்டன. ஏவல் வேலை என்றால் ஏதோ கீழ் நிலைப் பணி என்று பொருளல்ல, ஆங்கிலேய நிர்வாகத்தில் இந்தியா முழுவதும் இருக்ககூடிய நிர்வாகிகள் ஆங்கிலக் கல்வி பெற்றவர்களாக இருக்கவேண்டும் என்பது அவர்களின் திட்டம் (ஆங்கிலத்தை உயர்வான மொழியாக சித்தரிப்பதற்கு) , முக்கிய நோக்கம் தங்களின் நிர்வாகத்தை தங்களுக்கு ஏற்றாற்போல் (புரியும் வகையில்) நடத்த, அவர்களின் தகவல் தொடர்புக்கு இது பெரிதும் உதவியது.

பட்லர் இங்கிலீஷ் (Butler English) என்ற பதம் உங்களுக்கு தெரிந்திருக்கும் இதன் பொருள் "அறை குறை ஆங்கிலம்" ஆங்கிலர்-களிடம் வேலை செய்த இந்தியர்கள் அறை குறை ஆங்கில அறிவுடன் இருந்ததால், அவர்களிடம் பணியாற்றிய வேலையாட்கள் பேசிய ஆங்-கிலத்திற்கு பட்லர் இங்கிலீஷ் என்று பெயர் வந்தது (குறிப்பாக சமையல்

வேலை செய்பவர்கள்) .

பின்னாட்களில் நம்மிடம் வேலை செய்யப் போகும் இந்தியர்கள் முழு ஆங்கில மொழி கற்றவர்களாக இருக்க வேண்டும் என்ற நோக்கத்து-டனேயே கல்லூரிகள் உருவாக்கப்பட்டன. கல்லூரிகளில் ஆங்கிலம் ; குறிப்பாக மேற்கத்திய வரலாறு , இங்கிலாந்தின் வரலாறு, பெருமைகள் , அறிவியல் இடம் பெற்றிருந்த அளவிற்கு நம் நாட்டின் பெருமைகள் , வரலாறுகள் , கல்விமுறை இடம் பெறவில்லை. இந்தியர்களை முழு-வதும் ஆங்கிலம் கற்றவர்களாக ; முழுவதும் இங்கிலாந்தின் அடிமைக-ளாக மாற்றுவதே அவர்களின் கல்வியின் நோக்கம். கல்வியின் மூலமாக , கல்வியைக் காரணம் காட்டி, ஆசை காட்டி கிருஸ்தவ மதமாற்றமும் நடந்தது.

ஆங்கிலக் கல்வியால் மக்களின் மத்தியில் பிரிவினையை ஏற்படுத்தி, ஆங்கிலம் படித்தால் "பிரிட்டிஷ்" அரசில் அரசு வேலை என்று மோகம் காட்டி , ஆங்கிலதை மட்டுமே உயர்வான மொழி யென்று மக்களை நம்பவைத்து, ஆங்கிலம் பேசுகின்ற ஆங்கிலேயர்கள் மட்டுமே உயர்வா-னவர்கள் என்று மக்களை ஏமாற்ற அவர்களுக்குக் கல்வி நிலையங்-கள் தேவைப்பட்டன அதன் விளைவே கல்லூரிகளின் தோற்றம். இதன் விளைவு ஆங்கிலம் கற்றவரை உயர்வானவர் என்று பார்க்கும் மனோ-பாவம் உருவானது, வளர்ந்தது, அது இன்று வரை நீடிக்கிறது.

இந்தியாவில் அன்னியர்களால் உருவாக்கப்பட்ட கல்வி நிலையங்கள் மிகச் சிறப்பாக இருந்திருந்தால் ஏன் நம் நாட்டின் பல தலைவர்கள் இங்கிலாந்து சென்று படிக்க வேண்டும் ? (மகாத்மா காந்தி,நேதாஜி சுபாஷ் சந்திர போஸ்,அண்ணல் அம்பேத்கர், ஜவஹர்லால் நேரு, போன்ற பல தலைவர்கள் இங்கிலாந்து, அமெரிக்க சென்று படித்தனர்.)

கல்வி விஷயத்தில் ஆங்கிலேயர்களின் நிலை ஆங்கிலத்தை ஒரு ஆதிக்க மொழியாக இந்தியர்களின் மனதில் விதைக்கவும், ஆங்கிலக் கல்வியும் மேற்கத்திய உடையும், வாழ்க்கை முறையும் இந்தியர்களை "இரட்சிக்க வந்த கடவுள்" போல ஒரு மாயத் தோற்றத்தையும் , பொய் புரட்டல்களையும் விதைக்கும் வண்ணமே இருந்தது.

இந்த மாய வலைகளில் பலர் சிக்கினர் சிக்கியவர்கள் ஆங்கிலேய கைகூலியாகினர் அவர்களுக்கு அரசு வேலையும் பட்ட-மும்,பணமும்,பதவியும் வழங்கப்பட்டன. சிக்காதவர்கள் ஆங்கிலம் மட்-டும் கற்றுக்கொண்டு, அதை நம் நாட்டின் சுதந்திரத்திற்காக ஒரு

"போர்க் கருவி" போலப் பயன்படுத்தி போராடி, உயர்த்தியாகம் செய்து சுதந்திரம் பெற்றுத்தந்து இன்று நம் முன் தேசத் தலைவர்களாக மிளிர்-கின்றனர் !

ஆங்கிலேயர்கள் தந்திரக்காரர்கள் இந்தியர்களிடம் ஆங்கிலத்தைப் புகுத்தி நம் நாட்டில் ஆங்கிலத்தால் ஏற்றத்தாழ்வுகளை உருவாக்கி வடக்கே இந்து-முஸ்லிம் வேறுபாட்டை பெரிதாக்கி குழப்பம் உண்டாக்கி , தெற்கே சாதி வேறுபாட்டையும் , பொய்த்துப்போன திராவிட இனவாத கோட்பாட்டையும் உருவாக்கி வளர்த்து, ஆரிய-திராவிட மோதல்களை உண்டாக்கி; எப்படி எல்லாம் ஒரு நாட்டில் அமைதியின்மையை உரு-வாக்க முடியுமோ அப்படியெல்லாம் உருவாக்கி ; நம் நாட்டின் செல்வ வளங்களை எல்லாம் சூறையாடி, நமக்குள்ளே ஒருவரை ஒருவர் அடித்-துகொள்ளும் வண்ணம் பிரித்தாளும் சூழ்ச்சியைக் கையாண்டு; பல லட்சம் மக்களை சிறையில் தள்ளி, சித்தரவதை செய்து, கொலை செய்து, நம் நாட்டை வன்முறையால், நயவஞ்சகத்தால், முதுகில் குத்தி, ஆக்கிரமிப்பு செய்து ஆண்ட கூட்டமா நம் நாட்டிற்கு நன்மை செய்தது ?

இந்தியர்களே உங்களின் உண்மையான வரலாறுகளைப் படியுங்கள் !

10

பாரத நாடு, பழம் பெரும் நாடு

"உலகின் முதல் பல்கலைக்கழகம் கி.மு 700 ல் தட்சசீலத்தில் நிறு-வப்பட்டது! உலகெங்கிலும் இருந்து சுமார் 10,500 க்கும் அதிகமான மாணவர்கள் 146 க்கும் மேற்பட்ட துறைகளில் இங்கு கல்வி கற்றனர்"

"உலகின் மிகவும் பழமையான மொழி தமிழ் !

50 ஆயிரம் ஆண்டுகளாகப் பேசப்பட்டு, மக்களின் பயன்பாட்டில் இன்றளவும் இருக்கும் ஒரே மொழி தமிழ் மொழி !"

"பாரததேசம் ஒரு குட்டி பூகோளம், எத்தனையோ துக்கங்களைத் தாங்கிக்கொண்டும் கணக்கற்ற அதிர்ச்சிகளுக்கு தலை கொடுத்ததும் பாரதம் இன்றளவும் பிழைத்து இருக்கிறது, காரணம் சிறப்பான சாதனை-கள் புரியும் ஆற்றல் அதற்கு உண்டு. உலகத்தைக் காப்பதர்காகவே ,பாரதம் இன்னும் உயிர் வைத்துக் கொண்டிருக்கிறது. பாரதம் கொடுக்க இருக்கும் தானத்தைப் பெற, உலகமே காத்திருகிறது - ஸ்ரீ நேதாஜி சுபாஷ் சந்திர போஸ்

"தற்கால விஞ்ஞானமும் புரிந்துகொள்ள முடியாத அறிய விஞ்ஞான உண்மைகள் வேதத்தில் உள்ளன" - ஸ்ரீ அரவிந்தர்

"இந்தியா அனைத்து மதங்களின் தாயக இருக்கிறது. இந்தியாவில் அறிவியலும் மதமும் முழுமையான இணக்கத்துடன் என்று செயல்படு-கின்றனவோ அன்று இந்தியா உலகின் தாயாக வழிகாட்டும் " - ஸ்ரீ அன்னி பெசன்ட் அம்மையார்

"எத்தகைய கல்வி நல்லொழுக்கத்தை உருவாக்குமோ, மனவலி-மையை வளர்க்கச் செய்யுமோ, விரிந்த அறிவைத் தருமோ, ஒருவனைத் தன்னுடைய சுய வலிமையைக் கொண்டு நிற்கச் செய்யுமோ, அத்தகைய கல்விதான் நமக்குத்தேவை !" - சுவாமி விவேகானந்தர்

"பசியால் ஒரு "நாய்" வாடினால் கூட அதற்கு உணவளிப்பதே என் மதம் " - சுவாமி விவேகானந்தர்

சுவாமி விவேகானந்தர் கூற்றுப்படி ஹிந்து என்று சொல்லத்தேவை-யில்லை "வேதாந்தி" என்றுதான் சொல்லவேண்டும். அதற்கு வேதங்-களைப் பின்பற்றுபவர் என்று பொருள். அரேபியர்களும் இதைத்தான் சொல்கின்றார்கள் ஹிந்து என்பது, ஹிந்து மதத்தை மட்டும் குறிக்கும்-சொல்லல்ல அது இந்தியாவைக் குறிக்கும் சொல் என்று ! ஹிந்து என்-பதற்கு இந்தியாவில் வாழும் மக்கள், இந்த நிலப்பரப்பில் வாழும் மக்கள் இனம் என்பதுதான் சரியான பொருள் !

மதத்தில் நம்மிடம் வேறுபாடு இருக்கலாம்

மொழியில் நம்மிடம் வேறுபாடு இருக்கலாம்

உணவில் நம்மிடம் வேறுபாடு இருக்கலாம்

ஆனால் நாம் அனைவரும் "இந்தியர்" என்ற ஒரே தேசிய இனம் !

இமயம் முதல் குமரி வரை இது ஒரே நாடு !

நாம் அனைவரும் பாரத அன்னையின் குழந்தைகள் !

நன்றி மீண்டும் சந்திப்போம் ...

www.ingramcontent.com/pod-product-compliance
Lightning Source LLC
Chambersburg PA
CBHW040137150726
48005CB00015B/2542